SECRET JOURNAL

DATE: ______________________

DATE: ______________

DATE: ______________________

DATE: ____________________

DATE: ____________________

DATE: ______________

DATE: ____________________

DATE: ____________________

DATE: ____________________

DATE: ____________________

DATE: ______________________

DATE: ______________________

DATE: ______________________

DATE: ____________________

DATE: ______________________

DATE: ______________________

DATE: ____________________

DATE: ____________________

DATE: ____________________

DATE: ____________________

DATE: ______________________

DATE: ______________________

DATE:

DATE: ____________________

DATE: ______________________

DATE: ____________________

DATE: ______________________

DATE: ____________________

DATE: ____________________

DATE: ______________________

DATE: ___________________

DATE: ______________________

DATE: ______________________

DATE: ______________________

DATE: ____________________

DATE: ______________________

DATE: ____________________

DATE: ____________________

DATE: ____________________

DATE: ____________________

DATE: ____________________

DATE: ______________________

DATE: ____________________

DATE: ____________________

DATE: ______________________

DATE: ____________________

DATE: ______________________

DATE: ____________________

www.ingramcontent.com/pod-product-compliance
Lightning Source LLC
LaVergne TN
LVHW082301150826
845677LV00009B/1688